நதியில் உருளும் கூழாங்கற்கள்

(ஹைக்கூ கவிதைகள்)

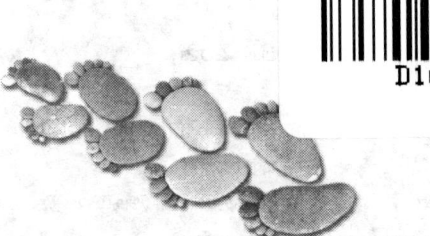

ஓவியக் கவிஞர்

ஆ.உமாபதி பி.எஃப்.ஏ.,

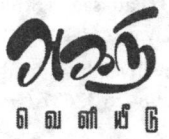

அகநி

வெளியீடு

வெளியீடு : 121
ISBN : 978-93-82810-52-0

நதியில் உருளும் கூழாங்கற்கள்

(ஹைக்கூ கவிதைகள்)

© ஆ.உமாபதி, பி.எஃப்.ஏ.,

முதல் பதிப்பு	:	நவம்பர் 2021
பக்கம்	:	64
விலை	:	ரூ.60 $ 15
முன்னட்டைப் படம்	:	மு.அருணகிரி
பின்னட்டைப் படம்	:	இரா.முத்துச்சாமி (அகம் கூத்துப்பட்டறை)
அட்டை வடிவமைப்பு	:	ஓவியர் அன்பு
ஒளியச்சு	:	வந்தை முருகுபாரதி
அச்சாக்கம்	:	எம்.வி.ஆப்செட் பிரிண்ட்ஸ், சென்னை-5
வெளியீடு	:	அகநி வெளியீடு, எண் : 3, பாடசாலை வீதி, அம்மையப்பட்டு, வந்தவாசி - 604 408 திருவண்ணாமலை மாவட்டம் பேசி : 98426 37637 / 94443 60421 மின்னஞ்சல்: akaniveliyeedu@gmail.com

NATHIYIL URULUM KUZHANKARGAL

(Haiku Poems)

© A.UMAPATHY, B.F.A.,

First Edition	:	November 2021
Pages	:	64
Price	:	Rs.60 $ 15
Laser Print	:	Vandhai Murugubharathi
Printing	:	M.V. Offset prints, Chennai-600 005.
Published By	:	AKANI VELIYEEDU, No : 3, Padasaalai Street, Ammaiyappattu Vandavasi - 604 408. Thiruvannamalai District
Email	:	akaniveliyeedu@gmail.com Cell : 98426 37637 / 94443 60421.

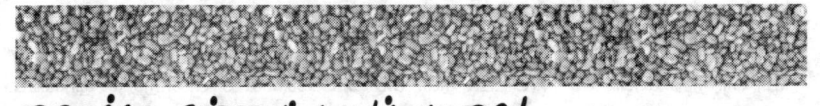

ஹைக்கூ என்னும் மாயப் பறவை!

ஆரூர் தமிழ்நாடன்

கவிஞர் ஆ.உமாபதி உயர்ந்த ஓவியர். அவரது விரல்கள் கோடுகளால் பாடும் ஆற்றல் பெற்றவை.

அண்மைக் காலமாக நடிக்கும் கலையையும் தன் பக்கம் நகர்த்தி வந்திருப்பவர். தானே பாட்டெழுதிப் பாடும் திறனையும், இயற்கை இவருக்குக் கூடுதலாகக் கொடுத்து, அவரைக் கொண்டாடி வருகிறது.

இவற்றை விடவும் இவர், மாமனிதப் பண்புகளைப் பெற்று 'உள்ளம் கவர் கள்வராய்த் திகழ்ந்து வருகிறார்' என்பது, இவருக்குக் கிடைத்திருக்கும் ஒளிவட்டம்.

ஏற்கெனவே, 'விழிகள் சுமந்த கனவுகள்', 'மாட்டுக் கொம்பில் தேசியக்கொடி', 'தவளை இசைக்கும் பாடல்' என்று, மூன்று கவிதை நூல்களைத் தந்த அனுபவ மெருகோடு, இப்போது 'நதியில் உருளும் கூழாங்கற்கள்' என்னும் ஹைக்கூத் தொகுப்பையும் நம் கைகளில் தவழவிட்டிருக்கிறார். தொகுப்பின் தலைப்பே, நறுமண நதியொன்றில் நம் மனதைக் கூழாங்கல்லாக்கி உருட்டிவிடுகிறது. எனவே தான் சுற்றிலும் பட்டாசுகள் கைதட்டிக் கொண்டிருக்கும் தீபாவளி நாளில், இந்த வாழ்த்துரையை எழுதத் தொடங்குகிறேன்.

'கற்பனை நலமும் சொற்புனை வளமும்
முற்படக் கிளப்பின் முகிழ்க்கும் இலக்கியம்'

– என த.ச.தமிழனார் எழுதிய இந்நூற்றாண்டின் செய்யுள் இலக்கண நூலான 'யாப்பு நூல்' சொல்வது போல், கற்பனை வளமும், கொஞ்சம் சொற்களைப் புனையும் திறனும் இருந்தால் எவர் வேண்டுமானாலும் கவிதை எழுதிவிடலாம். ஆனால் ஹைக்கூ எழுதுவது கடினம். மூன்று வரியில் எழுதுவதை எல்லாம் ஹைக்கூ என்று நம்புகிற இலக்கிய மடமை இன்னும் பலருக்கும் இருக்கிறது.

உண்மையில் சொல்வதானால், ஹைக்கூ என்பது ஒரு மாயப்பறவை. ஹைக்கூ கவிஞர்களுக்கே அது அரிதாகத்தான் வசப்படுகிறது. தெளிவாய்ச் சொல்வதானால் பலரும் ஹைக்கூ பொம்மையைத்தான் செய்து கொண்டிருக்கிறார்கள். உண்மையான ஹைக்கூ இதயத்துடிப்பு அற்றதாகத்தான் இருக்கும். படபடப்போ சிறகடிப்போ அதனிடம் இராது.

அது, வலை வீசிப் பிடிக்க முடியாத பறவை. அம்பு விட்டெல்லாம் அதை வீழ்த்த முடியாது. மனக்கிளையில் தாமாய் அது வந்து அமர்ந்தால் தான் உண்டு. அதற்கு ஏற்றவாறு, தியான நிலையில் மனக்கிளைகள் காத்திருக்க வேண்டும். அதற்கென மண் வாகு, காற்று வாகு, எண்ண வாகு உள்ளிட்டவை அமைந்திருக்க வேண்டும்.

அப்படிக் காத்திருக்கும்போது, சிறகடிப்புகள் இன்றி ஹைக்கூ நம் கிளையில் வந்து அமரும். அதன் வருகையை, நமக்குள் சிறகடிப்பு தொடங்குவதன் மூலம் நாம் அறிந்துகொள்ளலாம். அப்படி தன் மனக் கிளைகளில் அமர்ந்த ஹைக்கூப் பறவைகள் சிலவற்றைத் தான் இந்தத் தொகுப்பில் பறக்கவிட்டிருக்கிறார் ஆ.உமாபதி.

ஆ.உமாபதியின் உள்ளக் கிளைகளின் ஈர்ப்பால் அந்தப் பறவைகள் தாமாய் அகப்பட்டுக் கொள்கின்றன என்பதை, இந்தத் தொகுப்பு உன்னதமாய் உறுதி செய்கிறது. இந்த இனிய தொகுப்பை ‘அகநி வெளியீடு’ அழகுற வடிவமைத்து, வசீகரம் ததும்ப வழங்கியிருக்கிறது. ஓவியக் கவிஞர் ஆ.உமாபதி இயற்கையின் உபாசகர். உயிரினங்களின் காதலர். காடுகள் தொடங்கி ஆடுகள் வரை தனது விரல்களால் பாராயணம் செய்கிறவர். நன்றிப் பிராணிகள்கூட இவரது தூரிகையின் முன் வாலைச் சுருட்டிக்கொண்டு அமர்வதை நாம் அடிக்கடிப் பார்க்கலாம். அஃறிணைகளையும்கூட உயர்திணைகளாக்கும் பிரம்மத் தூரிகை கொண்டவர் ஆ.உமாபதி.

எனவே, இவரது பெரும்பாலான ஹைக்கூக் கவிதைகள் இயற்கையோடு இயைந்ததாகவும், உயிர்களின் மீதான வாஞ்சை சொட்டுவதாகவும் அமைந்திருக் கின்றன. சகலத்தின் மீதும் அவரது பார்வை எவ்வளவு ஆழமாகப் படிந்திருக்கிறது என்பதை, அவரது ஒவ்வொரு ஹைக்கூவிலும் நாம் அளந்தறியலாம். உமாபதியின் ஹைக்கூப் புலமைக்கு, ஓரிரண்டு கவிதையைத் தொட்டுக்காட்ட விரும்புகிறேன்.

‘உதிர்ந்த பின்பும்
அருகருகே ஒட்டியே கிடக்கிறது
பூவும் சருகும்’

– என்ற மூன்றடி, வாழ்வின் அருகே நிலையாமை அமர்ந்திருப்பதை உணர்த்து கிறது. காலத்தின் கரங்கள் சருகுகளை மட்டுமல்ல; பூக்களையும் உதிர்க்கும் என்ற அதன் மெல்லிய வன்மத்தையும் இது கிசுகிசுக்கிறது. சருகைப் பூ வெறுக்கவில்லை என்பதையும், சருகு பூவை அரவணைக்கிறது என்பதை யும்கூட, தாவர தர்மமாய் இக்கவிதையே போதிக்கிறது. இவ்வகையில் இந்த ஹைக்கூ அடுக்கடுக்காய் நம்மோடு பேசிக்கொண்டே இருக்கிறது.

‘அவ்வப்போது காற்று
நிமிரவும் படுக்கவுமாக இருக்கிறது
பூமியின்மேல் ஒற்றை இறகு’

– என்று, ஒரு உதிர்ந்த சிறகுக்கு ஒரே நேரத்தில் உயிரையும் உணர் வையும் இந்த ஹைக்கூவில் ஏற்றுகிறார் ஆ.உமாபதி. அந்தச் சிறகு ‘தண்டால்’ எடுக்கும் காட்சியை, நம் விழிகளின்முன் அவிழ்க்கிறது இந்த ஹைக்கூ. சிறகுகள் உதிர்ந்தாலும் அதன் செயல்கள் உடனடியாக உதிர்வதில்லை என்ற உபதேசக் குரலும் எனக்குக் கேட்கிறது.

மனிதம், மரணித்துக்கொண்டிருக்கிற காலகட்டம் இது. அன்பு செய்ய வேண் டிய மதங்கள் கூட, கடவுளின் கையிலும் ஆயுதங்களைக் கொடுத்து வம்பு

செய்கின்றன. அதனால்தான் அவற்றின் மீதான கோபத்தை இறைவன் மீது காட்டும் கவிக்கோ அப்துல்ரகுமான்

'ரத்தம் உனது புண்ணிய தீர்த்தம்
ரணங்கள் உனக்குப் பூசைப் பூக்கள்
செத்தவர் உடல்கள் புனித நிவேதனம்
சிதைத்தீ உனது கற்பூர தீபம்'

- என்று ஐம்புலனாலும் ஆத்திரப்பட்டுப் புகைந்தார்.

அன்பை உலகமயப்படுத்த வேண்டிய நேரம் வந்துவிட்டது. 'யாவரும் கேளிர்' என்று நாம் மெழுகாய் உருகிக் கரைந்தாக வேண்டிய சூழல் உருவாகி யிருக்கிறது. அன்பை வலியுறுத்தும் ஹைக்கூக் கவிஞர் மு.முருகேஷ்,

'மெதுவாய் வீசுகிற
காற்றிற்குங்கூட
வாலாட்டுகின்றன சருகுகள்'

- என்று, அதன் வலிமையை உணர்த்தத் தலைப்பட்டார். இவ்வாறான பார்வை, நம் ஆ.உமாபதிக்கும் இருப்பதால்தான்

'படர்ந்த கொடிக்கும் இருக்கிறது
இலை வடிவில்
இதயப் பை'

- என்று இதயத்தின் வாயால் பேசுகிறார். இலைகளைக்கூட, தாவரத்தின் இதயமாகப் பார்க்கிற இவரது பார்வையை, அனைவர் விழிகளுக்கும் நாம் போதிக்க வேண்டுமே என்கிற ஆசை வருகிறது.

இப்படிப்பட்ட நேயமிக்கப் பார்வை இருப்பதால்தான் ஆ.உமாபதி எழுதுகிறார்.

'நீந்தும் மீன்கள்
ரசிக்க மனமில்லை
குளமற்ற கண்ணாடிப் பெட்டி'

- எவ்வளவு அழகாக இருந்தாலும், நமக்கு வசதியாக இருந்தாலும், அடிமைத் தனத்தை ரசிக்க முடியாது, ஏற்க முடியாது என்று இந்த ஹைக்கூ, மானுடப் பிரகடனத்தை அறிவிக்கிறது. வாழ்நாள் முழுக்க வணங்கத்தக்க ஹைக்கூ இது. இதுபோன்ற ஹைக்கூச் சித்திரங்கள், நமக்காக இந்தத் தொகுப்பில் கண் காட்சி நடத்துகின்றன.

ஆ.உமாபதி, உலகக் கவிஞர்களின் வரிசையை நோக்கி நகர்ந்து கொண்டி ருக்கிறார். அதை ஆசை பொங்க ரசித்துக் கொண்டிருக்கிறேன். இந்தக் கவிஞன் காலத்தை ஜெயிப்பான்.

அன்பான வாழ்த்துக்களுடன்,

04.11.2021.. **ஆரூர் தமிழ்நாடன்**

சென்னை

ஒத்தையடிப் பாதை கவிதைகள்....

இளம்பிறை

எட்டமுடியாத தொலைதூரத்தில் வானில் சிறிய ஒளிப் பூக்களாக ஒளிரும் விண்மீன்களைப் போன்றவை 'ஹைக்கூ' கவிதைகள். அவை இலவம் பஞ்சின் இதம், ரோஜாவின் மணம் என நுட்ப இன்பம் பயப்பவை மட்டுமல்ல, உணர்வில் 'சுருக்'கெனத் தைக்கும் தன்மையும் கொண்டவை.

ஜப்பானில் உதித்து, இயற்கையை மட்டுமே தொடக்கத்தில் ஒளிப் படங்களாக, காட்சிகளைக் குறைந்த சொற்களில் படமெடுத்து மகிழ்ந்த 'ஹைக்கூ', பின்னர் மனிதத்தையும், இக்கட்டுகளையும் இயற்கையோடு சேர்த்தெழுதி, தவிர்க்க முடியாத இயலாத இலக்கிய வடிவமாக அழகு பெற்றிருக்கிறது.

தமிழில் 'ஹைக்கூ'விற்கு வரவேற்பு விழா நடத்தியவர் கவிஞர் அப்துல்ரகுமான் ஆவார். அவரைத் தொடர்ந்து இன்றைய இலக்கிய இளைய தலைமுறையினர் 'ஹைக்கூ' கவிதை வடிவத்தைத் தங்கள் வசப்படுத்தி வருகின்றனர். அந்த வரிசையில் கவிஞர் ஓவியர் ஆ.உமாபதி 'ஹைக்கூக்கள்' மிகுந்த கவனத்திற்குரியவை. இத்தொகுப்பில் ஆ.உமாபதி 'ஹைக்கூ' பற்றிய ஒரு 'ஹைக்கூ' எழுதியுள்ளார்.

'மலையுச்சியில் வரிசையாய்
ஒளிரும் மூன்று விளக்குகள்
பிரகாசமாய் ஒரு ஹைக்கூ'

– என நான் அறிந்தவரை ஹைக்கூவிற்கு ஹைக்கூ எழுதிய முதல் கவிஞர் ஆ.உமாபதியாகத்தான் இருக்கிறார்.

கவிதை என்பது ஒரு இதயத் தேடல், சிலை வடிக்கும் சிற்பியின் செதுக்கல், உளியின் கூர்மை, உணர்வின் துள்ளல், அருவி தூரிகையால் வரையும் நுட்பம் கற்ற ஆ.உமாபதிக்கு ஓவியம் மட்டுமின்றி, ஓவியக் கவிஞராய் எழுத்துக்களாலும் உணர்வை வரைந்திருக்கிறார் இத்தொகுப்பெங்கும். எனவேதான் 'நதியில் உருளும் கூழாங்கற்கள்' வாசிப்போர் மனதில் பனித்துளிகளாக முத்துக்கோத்து 'சில்'லிடுகின்றன.

ஆ.உமாபதி 'ஹைக்கூ'க்களில் என்னை வெகுவாக கவர்ந்த உண்மை, அவர் கற்பனையாகக் கவிதை எழுதவில்லை. உண்மைகளை, எதார்த்தங்களைக் கவிதைகளாக அழகுபடுத்தியிருக்கிறார் என்பதே. இந்தத் தெளிவு ஒன்றே போதும்; அவர் இலக்கியத்தில் தன்னை வலுவாக நிலைநிறுத்திக் கொள்வதற்கு.

கான்கிரீட் வீடுகளில் வாழ பழகிக்கொள்ளும் வனமிழந்த பறவைகள், மலையை லாவகமாய் ஊர்ந்து கடக்கும் நத்தைகள், உதிர்ந்த பழுப்பிலைகள், விழுதுகளாகக் கொட்டும் அருவிகள் என இயற்கையோடு ஒன்றிக் களிக்கின்ற உவமைகள் நிறைய இடம் பெற்றிருக்கின்றன.

'வெறிச்சோடி கிடக்கும்
ஒத்தையடிப்பாதை நினைவுபடுத்துகிறது
ஆடு மேய்த்த கதைகளை'.

ஊருக்குள் கூட்டிச்செல்லும் ஓர் ஒத்தையடிப் பாதையில் தான் எத்தனை எத்தனை ஆயிரம் நினைவுப்பாதைகள் பிரிகின்றன. தொடர்ந்து ஒவ்வொரு நாளும் மக்கள் ஒருவர் பின் ஒருவராக நடந்து நடந்து உருவான ஒத்தையடிப் பாதை தான் உச்சி வகிடெடுத்ததுப்போல் எவ்வளவு அழகு..! அதன் இருபுறங்களிலும் பாம்புப் புற்றுகள், முள்செடிகள், காட்டுப்பூக்கள், தலைக்குமேல் 'கிரீச்'சென ஒலியெழுப்பி அச்சமூட்டிப் பறக்கும் பறவைகள், தனித்து நடப்பவர்கள், அனுபவப் பேச்சுக்களுடன் முன்பின்னாகச் சுமையுடன் நடப்பவர்கள், பிள்ளையை தூக்கியபடி செல்பவர்கள், விறகுகட்டைச் சுமக்க முடியாமல் ஓட்டமும் நடையுமாக வேகமாக செல்பவர்கள்... ஒவ்வொரு ஒத்தையடிப்பாதையும் வாழ்வியல் காட்சிகளின் தடம் பதிந்த மக்கள் வரலாற்றுப் பொக்கிஷமன்றோ..! ஆ.உமாபதிக்கு அவர் ஆடு மேய்த்த கதைகளை நினைவுபடுத்தும் ஒத்தையடிப்பாதை, கவிதையாகி விடுகிறது.

வரப்பில் மெட்டியை கழற்றி வைத்துவிட்டு, சேற்று வயலில் இறங்கும் நடவுப்பெண், இருளில் வெளிச்சமாய் நீண்டு படுத்திருக்கும் மின்கம்பத்து ஒளி, செடிகளில் நூல் கட்டி விளையாடும் சிலந்திப் பூச்சிகள், தூர்ந்த கிணற்றில் தொலைந்துபோன சிறுவயதில் பார்த்த நிலா, பறவை பறந்ததும் பழைய நிலைக்குத் திரும்பும் செடியின் அசைவு, தவறிவிழுந்த அனுபவத்தைப் பேருந்து படியில் நின்று பேசியபடி பயணிக்கும் மனிதர்கள், சிறிதுயரத்திற்கு விதையைச் சுமந்தே வளரும் புளியஞ்செடி, விரையும் பேருந்தைத் துரத்தி ஒதுங்கும் சருகுகள், பள்ளத்தை மூட வெட்டிய இடத்தில் உருவான பள்ளம்... என தான் ரசித்து உணர்ந்த அரிய வகைக் காட்சிகளையெல்லாம் கவிதைகள் படிப்பவர்களுக்கு ஓர் அனுபவப் கிளர்வைத் தத்தமது சொந்த ஊர் நினைவுகளைத் தந்துவிடுகிறார் ஆ.உமாபதி.

வெறும் காட்சிப் பதிவுகள் மட்டுமே 'ஹைக்கூ' கவிதைகளாகிவிடாது. அப்படி கவிதையாகாமல் இருக்கின்ற பதிவுகளும் இத்தொகுப்பில் இருந்தாலும், இவரது ஆர்வமும், முயற்சியும் தொடர் பயிற்சியும் இவரது 'ஹைக்கூ' கவிதைகளை மேலும் மிளிர வைக்கும் என்பதற்கான சான்றுகள் இத்தொகுப்பில் நிறைய இருக்கின்றன. உச்சந்தலையில் 'நச்'செனக் கொட்டுவதுபோல் அதற்கான உதார ணமாக –

'சலூன் கடைக்காரர்
கூட்டி வெளியில் தள்ளுகிறார்
எல்லா சாதி மயிர்களையும்'.

இந்த ஒரு கவிதையே போதும் ஆ.உமாபதிக்கு. தொடர்ந்து எழுத வாழ்த்துகிறேன்.

அன்புடன்,

07-11-2021 .... **இளம்பிறை**
சென்னை.

கண்ணீரைப்போல் இயல்பாய் வந்துள்ள கவிதைகள்

மு.அர்ச்சுணன்

அணிந்துரை, வாழ்த்துரை, மதிப்புரை என்ற எந்த சம்பிரதாய சொற்களாலும் குறிப்பிட விரும்பாமல் இதை எழுதுகிறேன். நிற்க, ஆ.உமாபதி, உங்களுடைய பல ஹைக்கூக்கள் என்னை Freeze ஆக்கியிருக்கின்றன என்றுதான் சொல்ல வேண்டும். கண்ணீரைப்போல் இயல்பாய் வந்துள்ள கவிதைகள்.

'உயர்ந்த மலையை
லாவகமாய் கடக்கின்றது
ஊர்ந்தபடி ஒரு நத்தை'

– என்னும் கவிதையை வாசித்துவிட்டு, அந்த நத்தையைப் போல் லாவகமாக என்னால் கடந்துபோக முடியவில்லை.

உங்களுக்குள் உள்ள இயற்கை மனத்தை மிக நெருங்கிய நிலையில் வந்து என்னால் உணர முடிகிறது எனக்கு ஆச்சரியமாக உள்ளது, கவிதை எழுதுவதிலும் Long Shot-ஐம் Close up Shot-ஐம் வைக்க முடியும் என்று.

'உழுத வயலை
வரப்பிலேறிப் பார்க்கின்றன
தவளைகள்'

– என்ற Long Shot கவிதையும்,

'படர்ந்த கொடிக்கும் இருக்கிறது
இலை வடிவில்
இதயப் பை'

– என்ற Close up Shot கவிதையும் என் புருவங்களை நெளியச் செய்கின்றன.

இயற்கையின் ஆன்மாக்களாய் உலவும் பறவை இனங்களை அடிமைப் படுத்தும் நிலையிலிருந்து விடுதலை பெற வேண்டும் என்ற சிந்தனையை

'நெல்லை எடுத்துக்கொண்டு
சீட்டெடுக்க மறுக்கிறது
ஜோசியக் கிளி'

– என்ற கவிதை உணர்த்துகிறது. சகோதரர் தமிழருவி மணியன் அடிக்கடி ஒரு கவிதையைச் சொல்வார்:

'கூண்டை விட்டு வெளியே வந்தது
சிறகடித்து பறக்க வா..!
இல்லை, சீட்டெடுக்க'

– என்பதே அக்கவிதை. இக்கவிதையில் கிளியின் உடன்படுதலையும், உங்கள் சோசியக் கிளி முரண்படுதலையும் உணர முடிகிறது.

ஹைக்கூ என்பது கவிதை வடிவங்களில் வாமனத் தன்மை பெற்ற வடிவமாகும். பார்த்தால் சிறியதாகத் தான் இருக்கும், விரித்தால் வாமன அவதாரமாய் உலகளந்து நிற்கும் இதை உங்கள் கவிதையில் நன்றாகவே பார்க்க முடிகிறது. இதனை

‘ஒற்றை மழைத்துளிக்குள்
அடங்கிக் கிடக்கிறது
அலைகளற்ற கடல்’

– என்ற கவிதையில் கச்சிதமாகப் பார்க்க முடிகிறது. அதிலும், அலைகளற்ற கடல் என்ற சொல்லாடல் தமிழுக்குப் புதிய கற்பனை, அந்த அலைகளற்ற கடல் ஒற்றை மழைத்துளிக்குள் பெருகி நிற்கிறது என்பது அப்பப்பா... Universal Level.

புகழ்பெற்ற இந்தி திரைப்படம் இயக்குநர் சாந்தாராம் இயக்கிய ‘நவ்ரங்’ திரைப்படத்தில் ஒரு காட்சி வரும். அதாவது ஒரு பசுமையான மரம். கீழே காதலர்கள் அமர்ந்திருப்பார்கள். காதலன் ஒரு இசைக்கருவியை மீட்டுவான். அந்த சமயம் மரங்களில் இருந்த கிளிகள் எல்லாம் பறந்து சென்றுவிடும் அப்போதுதான் அந்த மரம் பட்டுப்போன மரமென்றும், கிளிகள் தான் பச்சை இலைகளாகத் தெரிந்திருக்கின்றன என்றும் பார்வையாளர்களுக்குத் தெரியவரும். இந்த அபூர்வமான காட்சித்தன்மை கொண்ட கவிதைகள் ‘நதியில் உருளும் கூழாங்கற்கள்’ என்ற இத்தொகுப்பிற்குள் நிறைய கொட்டிக் கிடக்கின்றன.

உதாரணத்திற்கு –

‘மரக்கிளை அமர்ந்து
சிறகை விரித்து நனையும் பறவை
பறக்கத் தயாராகும் விமானம்’

– என்ற கவிதையையும்,

‘மழைக்குப்பின்
சாகாசமாய் பற்றியிருக்கின்றன
மின்கம்பியை மழைத்துளிகள்’

– என்ற கவிதையும் எடுத்துச் சொல்லலாம்.

ஆ.உமாபதி, உங்கள் கவிதையில் எனக்கு விமர்சனங்களும் உண்டு, முத்தமிடும்போது கன்னத்தில் படியும் ஈரத்தைப் பற்றி கவலைப்பட்டால் சுகம் கிடைக்குமோ..? என்ன..?

வாழ்த்துக்களுடன்.,

02-10-2021 .... **மு.அர்ச்சுனன்**

ஒடாத்தூர்.

இயற்கையின் மீதான தீராக்காதல்...

இயற்கை (Nature) என்பது இயல்பாக இருக்கும் தோற்றப்பாடு என்னும் பொருள் கொண்டாலும், இயல்பாகத் தோன்றி மறையும், பொருட்கள், அவற்றின் இயக்கம், அவை இயங்கும் இடம், இயங்கும் காலம் ஆகிய அனைத்தையும் இணைத்த இயற்கையோடு வாழும் பாக்கியம் நமக்கும் வாய்த்திருக்கிறது என எண்ணிப் பார்க்கையில் மனப் பெருமிதத்தோடு பூரித்துப் போகிறேன்.

உயிரினம், உயிரின அறிவு போன்றவையும் இயற்கைக்குள் அடங்குவதோடு, இயற்கையை ஆய்வு செய்யும் அறிவியலின் மிகப் பெரிய சவாலை இப்போதும் எப்போதும் என்னி வியக்கிறேன். இயற்கை என்பது அண்டத்தின் இயற்பியல் என்று கருதப்பட்டாலும் அச்சொல் பல்வேறு வகையில் விரிவான பொருள்களை உள்ளடக்கியே இயங்குகிறது என்பதை இந்த இயற்கை எனக்கு பல தருணங்களில் காட்சிகளின் அசைவுகள் மூலம் மனதளவில் உணர்த்தி இருக்கிறது என்பதே உண்மை.

அப்படியான இந்த இயற்கைச் சூழலில் நாம் எந்தளவிற்கு பாதுகாத்து வருகிறோம் வந்திருக்கிறோம் என பின்னோக்கி பார்த்தால் அழித்தல் என்பதைத் தவிர ஆக்கமென்பது மிக மிகக் குறைவு தான். எனவே, அப்படியான இந்த இயற்கை சூழலில் இப்புவியின் வெப்ப நிலைக்கு மற்றும் நிலவியல் போன்றவற்றிற்கு ஏற்ப ஒரு குறிப்பிட்ட வகைப் பொருட்கள் நிலை பெற்று அச்செயல்முறைக்கு ஏற்ப எவ்வாறு தம்மை மாற்றிக் கொள்கின்றனவோ அவைகளைப்போல நாமும் இந்த இயற்கையை அழிவிலிருந்து பாதுகாக்க முற்றிலும் மாற வேண்டும் என்பதே என் எண்ணம்.

'இயற்கைச் சூழல்' வானாந்திர காட்டு விலங்குகள், பறவைகள், பாறைகள், காடுகள் அனைத்தும் இயற்கை இயற்பியல் உலகின் தோற்றப்பாடுகள். உயிர் வாழ் இனங்கள் என என்னை வனத்திற்குள் முற்றிலும் பலமுறை தொலைத்திருக்கிறேன், தொலைந்து கொண்டும் இருக்கிறேன்.

இயற்கை மற்றும் செயற்கை என்ற கோட்பாட்டின் அடிப்படையில் பண்டைய கால முதல் இன்றுவரை இயற்கையை புரிந்து கொண்டாடி மகிழும் ஜென் தத்துவக் கோட்பாட்டை தொடர்ந்து இருபதாம் நூற்றாண்டில் தொடர்ந்த மகாகவி பாரதி, கவிக்கோ அப்துல் ரகுமான், ஓவியக் கவிஞர் அமுதபாரதி, கவிஞர் மித்ரா, கவிஞர் அறிவுமதி, கவிஞர் மு.முருகேஷ் என நீளும் பட்டியலோடு அடுத்த தலைமுறைக்கு அர்த்தமுள்ள படைப்பாளிகளாய் வாழும் முன்னோடிகளுக்கு மத்தியில், நானும் ஒரு படைப்பாளியாய் எனது ஹைக்கூக்களையும் எனது மூன்றாவது ஹைக்கூ தொகுப்பான 'நதியில் உருளும் கூழாங்கற்கள்' நூலின் மூலம் எனது ஹைக்கூ கவிதைகளை உங்களின் பார்வைக்கு விருந்தாக்கி ஒரு பறவையென இப்புவியில் சிறகசைத்து இயற்கையோடு வாழ்ந்துவிட்டு போவதில் கிடைக்கும் பேரானந்தமே என் வாழ்வின் பேரின்ப நிதர்சனமாய் எண்ணுகிறேன்.

என்றும் நன்றியுடன்,

ஆ.உமாபதி, பி.எஃப்.ஏ.,

இந்நூல்

என் குடும்பத்தார்கள்

மற்றும்

தெய்வத்திரு. **சின்னையா பண்டாரம் அழகு**

தெய்வத்திரு. **முத்தையா சின்னம்மாள்**

தெய்வத்திரு. **மு.ரகுபதி** Ex-Service man

தெய்வத்திரு. **மு.பசுபதி**

தெய்வத்திரு. **சி.ஆறுமுகம்** (அப்பா)

ஆகியோருக்கும்...

❖

குளத்தில் அவ்வப்போது அலை
கரைக்குச் சென்று திரும்புகிறது
உதிர்ந்த இறகொன்று.

❖

கான்கிரீட் வீடுகளிலும்
வாழப் பழகிக் கொள்கின்றன
மரங்களை இழந்த பறவைகள்.

❖

தேங்கிய நீரோடையில்
துடுப்புகளின்றிப் பயணிக்கிறது
பறவையின் ஒற்றை இறகு.

❖

உதிர்ந்த இறகு
நீரில் பிம்பமாய் ரசிக்கும்படி
ஒற்றைப்படகு.

❖

நெல்லை எடுத்துக்கொண்டு
சீட்டெடுக்க மறுக்கிறது.
ஜோசியக் கிளி

❖

காதணி விழா முடித்து
வீடு திரும்புபவர்களின் கைகளில்
மரக்கன்று.

❖

உதிர்ந்த பின்பும்
அருகருகே ஒட்டியே கிடக்கிறது
பூவும் சருகும்.

ஆ. உமாபதி

❖

நீர் பாய்ச்சிய வயல்
வேர் பிடுங்கி கிடக்கிறது
வனத்தின் அடையாளம்.

❖

வேட்டைக்குச் சென்று திரும்பிய
அப்பாவின் கை நிறைய
மயில் தோகைகள்.

❖

அருகாமையிலிருந்து
பூந்தோட்டத்தை ரசிக்கிறேன்
தியானத்தில் பட்டாம்பூச்சி.

❖

உயர்ந்த மலையை
லாவகமாய் கடக்கிறது
ஊர்ந்தபடி ஒரு நத்தை.

❖

அவ்வப்போது காற்று
நிமிரவும் படுக்கவுமாக இருக்கிறது
பூமியின்மேல் ஒற்றை இறகு.

❖

உதிர்ந்த பழுப்பிலை
அசைவற்ற நிலையில்
நீந்தும் மீன்.

❖

கொண்டை இழந்த பனையில்
பச்சைக்கிளி பறந்து பறந்து விரட்டுகிறது
எண்ணற்ற மைனாக்களை.

❖

படர்ந்த கொடிக்கும் இருக்கிறது
இலை வடிவில்
இதயப் பை.

❖

ஒற்றை மழைத்துளிக்குள்
அடங்கிக் கிடக்கிறது
அலைகளற்ற கடல்.

❖

பெய்து முடித்த சாளரத்து மழை
தந்து விட்டு கடக்கிறது
மகன் விளையாட பல்லாங்குழி.

❖

புள்ளி வைத்துவிட்டுப் போன
சாளரத்து மழை கற்றுத் தருகிறது
மகள் ஓவியம் வரைய.

❖

ஆலமர விழுதுகள்
அண்ணார்ந்து பார்க்கிறேன்
கொட்டும் அருவி.

ஆ.உமாபதி

❖

இரு கைகளையும்
அகல விரிக்கிறேன் பறவையெனச்
சிறகசைக்கும் மனம்.

❖

வெறிச்சோடி கிடக்கும்
ஒத்தையடிப்பாதை நினைவுபடுத்துகிறது
ஆடு மேய்த்த கதைகளை.

❖

கிளைகள் சேமித்த
மழைத்துளிகளைத் தரையிறக்குகிறார்கள்
சிறுவர்கள் மரக்கிளை அசைத்து.

❖

மீன் பிடிக்கக் காத்திருக்கையில்
என்னருகில் வந்திறங்குகிறது
கொக்கொன்று.

❖

திசை மாறி வீசும் காற்று
முகத்தில் கீறல் வாங்குகிறது
முள்வேலி நடுவில் கொய்யாச் செடி.

❖

நீண்ட நாட்களுக்குப் பிறகு
நகரத்துக்குள் நுழைகிறேன்
வெளியேற முடியாமல் மழைநீர்.

❖

சறுக்கு மரம்
சாதாரணமாகத்தான் இறங்குகிறது
தலைகீழாய் ஒரு எறும்பு.

❖

பதம்பார்த்து கொடுத்த அரிவாள்
பல்லு விழுந்து கிடைக்கிறது
கீற்றுக் கிழிக்கும் அம்மா.

❖

கிளிக்கூண்டுகள்
அடுக்கி வைக்கப்பட்ட முட்டைகள்
சிறகு விரிக்கக் காத்திருக்கும் குஞ்சுகள்.

❖

மலையை
ரசித்துக் கொண்டிருக்கையில்
மெல்ல மூடும் மேகமூட்டம்.

❖

ஆண் பனையும் தாயாகிறது
சுமந்து நிற்கிறது
தூக்கணாங்குருவிக் கூடுகளை.

❖

பசி தீர்த்த புழுக்கள்
மிச்சம் வைத்த இலையில்
அழகானதொரு வரைபடம்.

ஆ.உமாபதி

❖

ஓங்கிய சுத்தியல்
உளியை நோக்கியே விழுகிறது
சிற்பியின் பார்வை.

❖

மலையின் உயரத்தை
அளந்து காட்டுகின்றன
உயர்ந்த பனைகள்.

❖

அந்தி சாய்ந்ததும்
மெல்லத் தரையிறங்குகின்றன
சிறுவர்களின் பட்டங்கள்.

❖

மரக்கிளை அமர்ந்து
சிறகை விரித்து நனையும் பறவை
பறக்கத் தயாராகும் விமானம்.

மழைக்குப்பின்
சாகசமாய் பற்றியிருக்கின்றன
மின்கம்பியை மழைத்துளிகள்.

மழைக்குப் பின்னர்
மின் கம்பிகளை
அழகுபடுத்தும் சிட்டுகள்.

❖

மொட்டை மாடித்தோட்டம்
பூக்கத் தொடங்கியது...
வந்துபோகும் தேன்சிட்டு.

❖

நீடிக்கும் ஊரடங்கு
குறைந்துகொண்டே வருகிறது
வாகனப்புகை.

❖

மலையுச்சியில் வரிசையாய்
ஒளிரும் மூன்று விளக்குகள்
பிரகாசமாய் ஒரு ஹைக்கூ.

❖

ஒற்றை மழைத்துளிக்குள்
நிரம்பிக் கிடக்கின்றன
வானமும், கடலும்.

பச்சையம் நிறைந்த வயலுக்குள்
பட்ட மரமொன்று சுமந்து நிற்கிறது
ஒற்றைக் கொக்கினை.

அதிகாலைச் சூரியன்
மொட்டைக் கோபுரம்
சூடிக்கொண்ட கலசம்.

❖

கைவசம் துளையூசி இருந்தும்
நுழையத் தள்ளாடும் நூலொன்று
பார்வை மங்கிய தையல்காரன்.

❖

ஆலயமணியின்
நாக்கு ருசியில் சிக்கியது
செந்நிற பட்டாம்பூச்சி.

❖

கல்யாணம் முடிந்ததும்
கழற்றி வைக்கிறாள் மனைவி
நடவு வயலின் வரப்பில் மெட்டி.

❖

அவ்வப்போது காற்று
தொட்டுத் தொட்டுத் திரும்புகிறது
செடி நுனியைத் தும்பியொன்று.

❖

எப்படித்தான்
சுவாசம்கொள்ள முடிகிறதோ...
மர இலைகளின்மேல் தூசு.

❖

எங்கோ பயணிக்கும்
எறும்புகளின் மௌன வரிசையில்
ஈசல்களின் இறகுகள்.

ஆ.உமாபதி

❖

சிறகசைக்கும் பறவை
வெகுதூரம் சென்று மறைகிறது
வானத்தை அளந்தபடி.

❖

மலைப்பகுதிக்குள்
மணியோசையோடு நுழைகின்றன...
மேயும் ஆடுகள்.

❖

இரை தந்த குளத்திற்கு
நன்றிக்கடனாய் இறகுதிர்த்து
பறக்கும் நீர்ப்பறவை.

❖

கட்டி வைத்த புல்கட்டு
அவிழ்த்து விட்டதும் எழுந்து வெளியேறுகிறது
படுத்து கிடந்த வெப்பம்.

❖

வெள்ளத்தின் நடுவில்
கொஞ்சமாய் தெரிகிறது
கோபுரத்தின் உச்சி.

❖

மழை நின்ற பின்பு
கலையத் தொடங்குகின்றன...
குடிசையோரக் கோழிகள்.

❖

மழை பற்றிய நனைதலின்
சுகத்தை வரமாய் பெற்றிருக்கின்றன...
குடை விரித்த காளான்கள்.

❖

படிக்கட்டுகளில்
நீண்டு படுத்துக் கிடக்கிறது...
மின்கம்பத்து ஒளி.

❖

அமர்ந்தெழும் பட்டாம்பூச்சி
தாவித்தாவி விளையாடும்
நாய்க்குட்டியொன்று.

❖

செடிக்குச் செடி
நூல்கட்டி விளையாடுகிறது
சிலந்தி.

❖

பிடிக்க முயற்சிக்கும் நாய்க்குட்டி
ஒவ்வொரு தாவுதலுக்கும் மோதுகிறது
பறந்துவிடும் பட்டாம்பூச்சி.

❖

நீண்ட தவம் கூட
ஒருவேளை பசிக்கானதுதான்
மரக்கிளையில் மீன்கொத்தி.

❖

பட்ட மரத்திற்குப்
பச்சைத் தோரணம் கட்டுகின்றன
பின்னிய கொடிகள்.

❖

பறவை
பறக்க எத்தனிக்கையில் ஏந்திவிடும்
கைகளாய் கிளையொன்று.

❖

சலூன் கடைக்காரர்
கூட்டி வெளியில் தள்ளுகிறார்
எல்லா சாதி மயிர்களையும்.

❖

அந்த மரம்
அங்கேயே இருந்துவிட்டுப் போகட்டும்
கூட்டில் குஞ்சுகளின் கீச்சிடல்கள்

❖

கடந்துசெல்லும் பெருவெள்ளம்
நடவு வயலில் நிரம்பிக் கிடக்கின்றன.
கால்த்தடமெங்கும் மீன்கள்.

❖

தும்பைச் செடிகளுக்கு
மத்தியில் அழகாய் ஒரு பூ
சேவல் கொண்டை வடிவத்தில்.

❖

பட்டாம்பூச்சி
புகைப்படமெடுக்கும்வரை
அழகாயிருக்கிறது கிளை நுனி.

❖

காட்டுப்பாதையில்
தனியாக நடக்கையில் சட்டைப் பிடித்து
வம்புக்கு இழுக்கும் சூராமுள்.

❖

கிளை நுனியில்
மழைத்துளி தாங்கிப் பிடிக்கிறது
வானத்தை.

❖

சிலந்தி வலையில்
தும்பிகள் விடுவிக்க விரைகிறேன்...
எப்போது பிரிந்ததோ உயிர்.

❖

குடை விரித்த காளான்
கையில் மாட்டியிருக்கிறது ரசிக்கும்படி
அழகாய் ஒரு வளையல்.

❖

படரும் கொடி
மெல்ல கீழிறங்குகிறது...
மழைத்துளியொன்று.

❖

வளர்பிறை
தன்னைச்சுற்றி வரைந்திருக்கிறது
ஒளியால் ஒரு வட்டம்.

❖

வேரோடு சாய்ந்த மரம்
படுத்துக் கிடக்கிறது
நீர் நிறைந்த கண்மாய்மேல்.

❖

மௌனமான பூவிடம்
பறந்தபடி ஏதோ பேசுகிறது
தேனெடுக்கும் ஒற்றை ஈ.

❖

வானத்தில்
வட்டம் போட்டு அமர்ந்திருக்கிறது
நடுவில் வளர்பிறை.

ஒரு தையல்காரன் சேகரிப்பில்
அழுக்குத்துணியோடு எஞ்சியிருந்தன
ஓஷோ புத்தகமும்.

தண்டவாளத்தின் நடுவே
தலைநீட்டிப் பார்க்கின்றன...
வளர்ந்த பூக்கள்.

❖

புகைப்படம் மெடுக்க
காத்திருக்கையில் திரைபோட்டு மூடுகிறது
அந்திச் சூரியனை மேகம்.

❖

குளத்துக்குள் மெல்ல
இறங்குகிறேன் சலவைக்கல்லைச் சுற்றி
விளையாடும் அலைகள்.

❖

அலைகளற்ற நீர்ப்பரப்பை ரசிக்க
மெல்ல மெல்ல எட்டிப்பார்க்கும்
அதிகாலைச் சூரியன்.

❖

இடுகாடு
இன்னும் எவ்வளவு தூரமோ?
சுமந்துவரும் எறும்புகள்.

வெட்டிய கிணறு
காய்ந்து கிடக்கின்றன...
விவசாயிகளின் வயிறுகள்..

நீரில்லா கிணற்றுக்குள்
ஓடி விளையாடுகின்றன
இரு அணில்கள்.

❖

மண் வெட்டி
பள்ளத்தை மூடினேன்
அருகே மற்றொரு பள்ளம்.

❖

யாசகன் தட்டும் இசைக்கு
அப்படியென்ன மயக்கமோ...
மௌனமாய் கற்சிலைகள்.

❖

கோவிலுக்குள் நுழைகையில்
இசைத்து என்னை வரவேற்கும்
ஆலய மணி.

❖

கிளை இழந்த நுனி
துணையிழந்து தவிக்கிறது
தனிமையில் ஒரு மைனா.

❖

இருளின் உச்சியிலிருந்து
தலைகீழாய் இறங்கும் கோடு
பூமியை முத்தமிடும் சிலந்தி.

❖

அடர்ந்த இருளை
இரண்டாக பிரித்துக் காட்டுகிறது
சிலந்தி இழுத்துவரும் நூல்.

❖

ஆலயமணி கயிறு
காற்றில் அசைகிறது
தியானிக்கும் பட்டாம்பூச்சி.

❖

பழைய பெட்ராமக்ஸ் விளக்கை
பிரகாசமாய் எரிய வைக்கிறான்
தூரிகைக் கலைஞன்.

❖

வணங்கிய கைகளைக்
கீழிறக்குவதாய் இல்லை
மண்சிற்பங்கள்.

❖

உறவுகள் பிரித்த இருவரையும்
சேர்த்து வைக்கிறது
ஒற்றை ஆலமரம்.

தோளில் ஏற்றியதும்
சுமையைக் குறைக்கிறது
புன்னகைக்கும் குழந்தை.

ஒத்தையடிப்பாதை இருபுறமும்
தோரணமாய் அலங்கரித்தபடி நிற்கும்
கருவேல மரங்கள்.

❖

ஒற்றைக்காலில் தாமரை
தாங்கி நிற்கிறது
இரட்டைக்கால் கொக்கு.

❖

நீர் வற்றிய கிணறு
தொலைந்துபோய் கிடக்கிறது
சிறுவயதில் ரசித்த நிலா.

❖

மழை பற்றிய
கவிதையை எழுதுமுன்
நனைகிறேன்.

❖

கிளையமர்ந்த ஓணான்
அகல விரித்து மூடும் கழுத்துப்பகுதியில்
மஞ்சள் நிற பட்டாம்பூச்சியின் சாயல்.

❖

மிதிபடும் பூக்களைக்
குழந்தை ஒவ்வொன்றாய் சேர்த்து வைக்கிறது
சிலையின் காலடியில்.

❖

அழுதாலும் விடுவதாயில்லை
ஆற்றுமணலை
ஏற்றிச்செல்லும் லாரிகள்.

❖

மல்லிகைப்பூ
உதிர்ந்த காம்பில்
பூத்திருக்கும் நட்சத்திரம்.

ஆ. உமாபதி

❖

பள்ளிப் பருவம்
சென்று திரும்புகிறேன்
நட்டு வைத்த வேம்பின் வாசம்.

❖

இருவரின் சண்டையை
சரிசெய்வதற்குள் நின்றுவிடுகிறது
தெருக்குழாயில் தண்ணீர்.

❖

சண்டையிடும் பட்டாம்பூச்சிகளை
விலக்கி விடுகிறது மோதிக்கொள்ளும்
மரக்கிளையொன்று.

❖

தோளில் கைபோட்டதும்
வேகமாக பாதையைக் கடக்கிறான்
பார்வையற்றவன்.

❖

சட்டென பறந்த பறவை
மீண்டும் பழைய நிலைக்கே திரும்புகிறது
செடியின் அசைவு.

❖

தாய்மார்களின் பாலூட்டும் அறை
கதவு திறந்து வெளிவருகிறது
குட்டிபோட்ட ஒரு நாய்.

❖

பேச விடாமல்
யாரோ இழுத்துக் கட்டியிருக்கிறார்கள்
ஆலயமணியின் நாக்கை.

❖

தொலைந்த போன குழந்தை
ஊரே தேடியலைகிறது
திருடனை.

ஆ.உமாபதி

❖

விரல் நீட்டுகிறேன்
அதட்டுகிறாள் அம்மா
வெம்பிவிடுமாம் கொடியில் பிஞ்சு.

❖

புத்தனைப்போல்
தவத்தைத் தொடங்குகிறது
கிளையிலிருந்த ஒரு பழுப்பிலை.

❖

சக பயணத்தில்
ஊர் வந்ததும் விட்டுச்செல்கிறாள்
உடைந்த வளையல் துண்டுகளை.

❖

கடைசி முத்தம் அம்மாவுக்கு
கண்மூடித் தூங்குகிறாள்
புதைகுழிக்குள்.

❖

எரிந்த முடிந்த காடு
கருகிய செடிகளின் நுனியில் ஒளிரும்
கங்குகள்.

❖

நீந்தும் மீன்கள்
ரசிக்க மனமில்லை
குளமற்ற கண்ணாடிப்பெட்டி.

❖

தலையசைக்கும்
மாட்டின் கொம்பில்
லாவகமாய் அமரும் காக்கை.

❖

அதிகாலைக் கோலம்
அடுப்புக்குள்ளிருந்தே தொடங்குகிறது
பூனையின் கால்த்தடம்.

❖

தவறிவிழுந்த
பட்டாம்பூச்சியின் சிறகசைப்பில்
நீச்சல் பழகும் சிறுவனின் சாயல்.

❖

சிறகு நனைந்த பட்டாம்பூச்சி
பறக்க முயற்சிக்கும்வரை
சிறகுலர்த்தும் சிறுமி.

❖

அரிசி கொத்தும் கோழி
பசி தீரும்வரை விடுவதாயில்லை
தட்டெழுப்பும் இசையை.

❖

இறுதிச்சடங்கு முடித்து திரும்புகையில்
கூடவே வருகிறது
சட்டைப்பைக்குள் சில உதிரிப்பூக்கள்.

❖

மேசையின் மேலிருக்கும்
காகிதங்களை இறுகப் பற்றியிருக்கிறது
ஒரு நதியின் கூழாங்கல்.

❖

வறண்ட நதி
மணலில் வரைந்திருக்கிறது
நவீன ஓவியம்.

❖

காவல் பொம்மை தலைமீது
அமர்ந்தமர்ந்து தரையிறங்குகிறது
ஒரு கரிச்சான் குருவி.

❖

வாழ்ந்து முடிந்த வீடு
இன்னும் மிச்சமிருக்கிறது
அடையாளமாய் சில கல்தூண்கள்.

❖

கொண்டை முறிந்த
பனைமரத்தடியில் சிதறிக்கிடக்கும்
காகத்தின் முள்கூடு.

❖

இடி விழுந்த மரத்தில்
குடித்தனம் நடத்துகிறது
இரு கிளிகள்.

❖

வெட்டிய இடத்தில்
மரக்கன்று நடுகிறேன் மீண்டும்
வரக்கூடும் புத்தன்.

❖

விவசாயி மருந்தடிக்க
நகர்ந்துகொண்டே போகிறது
நெற்பயிர் மேல் வானவில்.

❖

பேருந்துப் படியில் நின்றபடி
பேசிக்கொண்டே வருகிறார்
தவறி விழுந்த அனுபவத்தை.

❖

வெயில் தணிக்க
நிழலில் அமர்ந்து அடுக்குகிறாள்
கூடை நிறைய வெள்ளரிக்காய்.

❖

நாய்க்குட்டி வளர்க்கும் சிறுமி
கொஞ்சும் போதெல்லாம் பார்க்கிறேன்
முகத்தில் தாயன்பு.

❖

கல்லை
நகர்த்தியதும் கலைகிறது
எறும்புகளின் பேரமைதி.

❖

அலைகளோடு
மோதிக் களிக்கும் தருணம்
அழகாய் இருக்கிறது கரையோர நண்டு.

❖

இருண்ட வாழ்க்கை
வெளிச்சத்துக்கு வருகிறது
கல் நகர்த்திய இடத்தில் தவளை.

❖

நீரலை அவ்வப்போது
கரை தொட்டுத் திரும்பும்
தவளையின் தியான நிலை.

❖

வெயில் தணிக்க
நிழலுக்கு ஒதுங்கும் என்மீது
வேப்பம்பூவின் வாசம்.

❖

அமர்ந்த பறவையின்
பறத்தலுக்குப் பின் கலைகிறது
முள்வேலியின் மகுடம்

❖

உழைப்பின் களைப்பைச்
சோர்வின்றியே கரை சேர்க்கும்
அம்மாவின் தாலாட்டு.

❖

பார்வையற்றவன் வாசிக்கும்
புல்லாங்குழலில் உயிர்த்தெழுகின்றன...
மூங்கில் காடுகள்.

❖

பிச்சிபூ பந்தலைப் பிரித்தெடுக்குமுன்
பார்வையிடுகிறாள் அம்மா
தென்படவில்லை குருவிக்கூடு.

❖

படர்ந்திருக்கும் பாகற்கொடியை
புரட்டிப் பார்க்கிறேன் காதுகளில்
அணிந்திருக்கிறது லோலாக்குகள்..

❖

யாரை வரவேற்க
சிவப்புக்கொடியேந்தி நிற்கிறாள்
சாலைப் பணியாளர் பெண்ணொருத்தி.

❖

நடவு வயலில் ஓவியம்
அழகாய்த்தான் இருக்கிறது
கொக்குகளின் கால்த்தடங்கள்.

❖

வனத்துக்குள் பருந்து
நுழைந்த மறுநொடியே
சிறு பறவைகளின் பெருங்கீச்சொலி.

❖

இடுகாட்டை நெருங்கியதும்
ஞாபகத்திற்கு வந்துவிடும்
அப்பாவின் கல்லறை.

❖

முள்வேலி சூடிக்கொண்ட
வெள்ளை மகுடம்
அமர்ந்திருக்கும் ஒற்றைக் கொக்கு.

❖

தூவிய நவதானியங்கள்
பசுமையாய் முளைத்திருக்கின்றன
புதைகுழி மேல்.

❖

கலங்கிய சேற்றில்
தெளிந்த முகம்
மலர்ந்திருக்கும் அல்லிப்பூ.

❖

கூடுகளைச் சுமந்த மரம்
பூங்காவில் இருக்கையாகிறது
அமரும் மனிதர்கள்.

❖

குறிப்பிட்ட உயரம்வரை
விதையைச் சுமந்தே வளர்கிறது
புளியஞ்செடி.

❖

நீர்ப்பாய்ச்சிய வயல்
வரப்பின் மேலமர்ந்து மேகம் பார்க்கும்
மண்வெட்டி.

❖

துளிர்க்காதென தெரிந்தும்
சுவரில் நட்டு வைத்திருக்கிறார்கள்
உடைந்த கண்ணாடித் துண்டுகள்.

❖

அணில் தாவுதலுக்கு
வில்லாகிறது
மரக்கிளை.

❖

கூட்டம் போன பின்
தனிமையைச் சுமக்கின்றன
பூங்கா இருக்கைகள்.

❖

சோளக்காட்டுப் பொம்மை
தன்னுள் நுழைய அனுமதிக்கிறது
சுள்ளிகளால் கூடுகட்டும் சிட்டு.

❖

விரையும் பேருந்து
சற்று தூரம் துரத்தியே ஒதுங்கும்
எண்ணற்ற சருகுகள்

❖

விலை நிலங்கள்
ரொம்பவே மாறி இருக்கின்றன
கிரிக்கெட் மைதானங்களாய்...

❖

குவித்த குப்பைகள்
மத்தியில் முகம் சுளிக்காமல்
துளிர்க்கும் வேம்பு.

❖

பாய்ச்சிய நீர்
கொஞ்சம் குறைவாகவே தெரிகிறது
நிலவின் முகம்.

❖

உழுத வயலை
வரப்பிலேறிப் பார்க்கின்றன...
தவளைகள்.

பிச்சிப்பூ பந்தலை
அப்புறப்படுத்துகையில்
உள்ளிருந்து பறக்குமொரு சிட்டு.

வாயில் நுரை தள்ள களைத்து
வயிற்றுப் பசியாற்றுகின்றன
வண்டி மாடுகள்.

விலகிச் செல்லும் வாகனங்கள்
மோதி மோதிப் புரள்கின்றன
சாலையோரச் சருகுகள்.

❖

அலைகளற்ற ஏரியை
அசைத்தபடியே கடக்கிறது
கருமேகக் கூட்டம்.

❖

கட்டிய பூக்கள்
உதிர்க்கும் விரல்கள்
சட்டென அறுக்கும் நூல்.

❖

மரத்தாலான இருக்கையில்
முதலாவதாக வந்தமர்கிறது
பழுப்பிலையொன்று.

❖

நிசப்தமான குளம்
நிறைந்த காட்சியாகிறது
மீனெழுப்பும் அலைகள்.

❖

முனைகளைப் பொருத்தி
இணைத்த சாக்பீஸ் துண்டுகளில்
ஒரு காற்றாடியின் சாயல்.

❖ ❖ ❖

நன்றி...

என் ஓவியக்கல்லூரி ஆசிரியர்கள், நண்பர்கள் மற்றும் என் கலை இலக்கிய பயணத்தோடு கூடவே பயணிக்கும் கலை இலக்கிய மெய்யாளுமைகளுக்கும் அன்பின் நன்றிகள்.

மற்றும்

பொற்கைப்பாண்டியன் கவிதா மண்டலம் - மதுரை.
அகம் கூத்துப்பட்டறை - சென்னை.
தமுஎகச கிளை - மேலூர்
ஞானி ஆர்ட்ஸ் கலைக்கூடம் - சிங்கப்பூர்
அகநி வெளியீடு - வந்தவாசி.

இதழ்கள்...

புதுவிசை - ஓசூர்
அநங்கம் - மலேசியா
அகநாழிகை - மதுராந்தகம்
சிராங்கூன் டைம்ஸ் - சிங்கப்பூர்
நாம் - சிங்கப்பூர்
காலச்சுவடு - நாகர்கோவில்
இனிய உதயம் - சென்னை
இனிய நந்தவனம் - திருச்சி
கல்கி - சென்னை
துடிப்பு - திருச்சி
தமிழ்முரசு - சிங்கப்பூர்
அருவி - திமிரி
முக்கனி - முசிறி
தூண்டில் - திருச்சி
சிகரம் - கரூர்

மின்னிதழ்கள்...

கவிச்சூரியன் - திமிரி
ஒரு ஹைக்கூவும் ஒரு கோப்பை தேநீரும் - இலங்கை
கவியுலகப் பூஞ்சோலை - சென்னை
பட்டாம்பூச்சி - பொள்ளாச்சி
நதியோரம் நாணல்கள் - இலங்கை
நிலாவில் ஒரு ஹைக்கூ - இலங்கை
சங்கத்தமிழ் கவிதை பூங்கா - மதுரை

நூலாசிரியர் குறிப்பு

பெயர்	: ஆ.உமாபதி, பி.எஃப்.ஏ.,
கல்வித் தகுதி	: Bachelor of Fine Arts (BFA) (Five Years Integrated course) Painting at April 2004 கவின் கலையியல் இளையர் பட்டம் வண்ணக்கலை பிரிவு, ஏப்ரல் - 2004 ஓவியக் கல்லூரி, கும்பகோணம்.
ஓவிய அனுபவம் & கண்காட்சி	: சுற்றுச்சூழல் குறித்த தனிநபர் ஓவியக் கண்காட்சி சிங்கப்பூர் - 2011 'Gandhi in the Lion City' First Solo Art Exhibition (The Gallery of Gnani Arts) in Singapore. 24, March - 2011
ஓவியத்திற்காகப் பெற்ற விருது	: சிறந்த மாணவருக்கான விருது ஓவியக் கல்லூரி கும்பகோணம் - ஏப்ரல் 2004 சுற்றுச்சூழல் விருது - சிங்கப்பூர், 2011 Best WSHE Conscious worker Award (SATO KOGYO (S) PTE, LTT Mar. - 2012 Safety Innovative worker Award Singapore - June 2013 , Appreciation of Good Contribution for safety Promotion (Art work) Award Jun - 2014 - Singapore. Art & Painting Conscious Award - CRCC, Land Transport Authority Singapore - Nov - 2016 பொற்கைப்பாண்டியன் கவிதா மண்டலம் & 'அகம்', கூத்துப்பட்டறை இணைந்து வழங்கிய சிறந்த ஓவியக் கலைஞன் விருது, 12 செப்டம்பர் 2021
எழுதிய நூல்கள்	: விழிகள் சுமந்த கனவுகள் - செப். 2013 (புதுக்கவிதை) இனிய நந்தவனம் பதிப்பகம் - திருச்சி மாட்டுக்கொம்பில் தேசியக்கொடி - டிசம்பர் 2017 (ஹைக்கூ கவிதைகள்); அமரபாரதி பதிப்பகம் - திருவண்ணாமலை தவளை இசைக்கும் பாடல் - டிசம்பர் 2018 (ஹைக்கூ கவிதைகள்), அகநி வெளியீடு; வந்தவாசி
நூலுக்காக பெற்ற பரிசுகள் & விருதுகள்	: தவளை இசைக்கும் பாடல் (சிறந்த நூலுக்கான இலக்கியப் பரிசு - 'சிகரம்', ஈரோடு. 2 ஜீன் 2019 (கவிக்கோ ஹைக்கூ நினைவு விருது - 2021) அசோகமித்திரன் நினைவு படைப்பூக்க விருது - 26 டிச. 2021.
முகவரி	: அதிகார சிவல்பட்டி (நாகப்பன் சிவல்பட்டி), கருங்காலக்குடி அஞ்சல், மேலூர் வட்டம், மதுரை மாவட்டம் - 625101 மின்னஞ்சல்: umamanim600@gmail.com செல்: 8270143970, 9843825793